HOMELESSNESS

Sa Paningin ng Isang Nars sa Lungsod

Crystal E. Barker

MGA PAGKILALA/TUNGKOL SA KOLEKSYONG ITO

Lahat ng mga tulang ito ay orihinal na gawa ng may-akda na ito.

Ang mga tulang ito ay nauna nang nailathala sa wikang Ingles ng Poet's Choice, Nobyembre 2022 at matatagpuan sa amazon.com or www.poetschoice.in.

Tandaan, orihinal na isinulat ang koleksyong ito sa wikang Ingles sa anyong patula ng Pleiades—pitong linya para sa konstelasyon ng pitong magkakapatid at anim na pantig sa bawat linya na kumakatawan sa halos hindi nakikitang kalikasan ng isang kapatid na babae. Apatnapu't siyam na tula ang isinulat—simbolo ng pitong linya ng bawat tula at pitong kapatid na babae (7x7 = 49). Tulad ng form na ito, mayroong isang pamagat ng salita, at ang unang titik ng bawat linya ay magsisimula sa unang titik ng pamagat. Para sa simbolismo at kapangyarihan ng paksang HOMELESSNESS, ang bawat tula ay nagsimula sa letrang H. Sa pagsasalin ng mga tula sa isang bagong wika, ang anyo ay hindi maaaring gayahin. Gayunpaman, ang mga konsepto, imahe at kapangyarihan ng tula ay dinadala sa pagsasalin. Sa pamamagitan ng pagsasalin, nais ng may-akda at publisher na ibahagi ang tula na ito sa higit pa sa mundo dahil ang isyu ng kawalan ng tirahan ay nararamdaman sa buong mundo.

Ang aklat na ito ay para sa mga taong nakaranas ng lamig ng kalye, mga nakapagbasa ng mga pahina ng pagpapalayas, mga nakarinig ng pagpapaalis mula sa mahal nila sa buhay, mga nakaamoy ng asim ng kakulangan sa kalinisan, o mga nananabik sa pakiramdam ng isang tahanang may diwa ng pagmamahal at pagtanggap.

MGA TESTIMONYA

1. Si Crystal Barker ay nakagawa ng isang tahanan sa mga puso ng bawat mambabasa para sa bawat taong itinampok sa kanyang pinakabagong librong, Homelessness Through The Eyes Of A Nurse In The City. Ibinalik niya ang kanilang pakiramdam na kabilang sila habang ipinaaalala sa atin ang karaniwang sinulid na nagbubuklod sa atin bilang mga taong nagdurusa; at ang pangangailangan ngayon, higit kailanman, na magpakita ng kabaitan at pakikiramay sa lahat.
Michelle Zeller
Clinical Neuropsychologist, Kaibigan, at Kasamahan
Los Angeles, California, USA

2. Bawat isa sa maliliit na tula na ito ay isang sundog sa gitna ng mga ulap ng bagyo.... isang pagkilala sa kaligtasan ng tao. Ang mga kabalintunaan at biyaya ng buhay ay pinaiksi pagkatapos ay pinalaki sa pamamagitan ng mahabaging prisma ng panulat ni Crystal. Matapos basahin ang aklat na ito, ang tahanan ay hindi kailanman naging napakamahal.
Angela Barker Thomas
Kapatid, Makata, Beterano at Tagahanga
Kentucky USA

3. Habang binabasa ko ang mga tulang ito, naranasan ko ang paglalakad sa buhay ng mga walang tirahan. Ang kanilang mga pakikibaka ay nahayag sa isang sariwa at mahabagin na paraan. Ako ay ibinababa sa bawat natatanging nakasulat na linya.

Laura Ruth Hogston
Makata at Chaplain, Pastoral Counselor Addiction Recovery
Kentucky USA

4. Sa koleksyong ito ng tula ni Crystal Barker, kami, ang mga mambabasa, ay napipilitang tikman, hawakan, at amuyin ang mga katotohanan ng mga taong nabubuhay nang walang tirahan. Pinaghihigpitan ng Pleiades form, ang makata ay mahiwagang minamanipula ang mga salita, nang may pagnanasa, karunungan at makapangyarihang imahe. May kwento si Crystal na ikukwento. Ako, para sa isa, ay hindi magagawang alisin ang aking paningin.

Juanita Mays
May-akda at Makata
Ohio USA

5. Si Crystal Barker ay may magandang paraan ng pagpapahayag ng pinakamalalim na alalahanin at damdamin ng mga tao sa kanyang tula. Sa aklat na ito, Homelessness Through The Eyes Of A Nurse In The City, napakatindi at tumpak niyang inilarawan kung ano ang pakiramdam ng walang tirahan at kung ano ang pakiramdam ng sakit na makita ang isang taong walang tirahan na nagdurusa. Binibigyang-inspirasyon niya sa pamamagitan ng kanyang tula ang aktibong papel na maaari nating gampanan sa pagpapabuti ng mundo para sa ating kapwa tao. Ang kanyang mga tula ay totoo at nakakataba ng puso, at lagi akong magagalak na ito ay basahin.

Mojgan Saber
MD, Kasamahan at Kaibigan
Los Angeles, California USA

All Rights Reserved

Poets Choice Publication
www.poetschoice.in
Second Edition July 2023

Cover Design by Koni Deraz, Germany
Front Cover Photograph by Crystal E. Barker at downtown Los Angeles, California
Back Cover Photograph by Crystal E. Barker on Marina Del Rey, California bicycle path
Book Design by Adil Ilyas, Pakistan
Edited and Translated by Croisance into Tagalog

ISBN: 978-81-19351-13-8
BCID: 756-16943044
www.bookcrossing.com
Price: $25

TALAAN NG MGA NILALAMAN

01 - HOBO 8

02 - NAKATAGO 9

03 - PAGKAMUHI 10

04 - PAMIMITAS 11

05 - PAG-ASA 12

06 - MALABO 13

07 - HUNTER 14

08 - KASAYSAYAN 15

09 - BUTAS 16

10 - KALUSUGAN 17

11 - MGA NAKAW 18

12 - ORAS 19

13 - HUCKS 20

14 - KUMUSTA 21

15 - HURRAY 22

16 - HERARKIYA 23

17 - MGA TAGAK 24

18 - HOLLERS 25

19 - TAKDANG ARALIN 26

20 - BAKASYON 27

21 - NARIRINIG 28

22 - MGA HIMNO 29

23 - MGA KULAY 30

24 - PINATAAS 31

25 - KARANGALAN 32

26 - BALAKANG 33

27 - MALAKI 34

28 - MGA SAKONG 35

29 - NAHIHIRAPAN 36

30 - HEARSE 37

31 - GUNI-GUNI 38

32 - BANAL 39

33 - HOOD 40

34 - HUMVEE 41

35 - TALON 42

36 - PAUNAWA 43

37 - HOTBEDS 44

38 - GUTOM..45

39 - HAWAK.. 46

40 - PAGHUHUDYAT 47

41 - ITINAPON 48

42 - PANGANGALAGA SA KALUSUGAN 49

43 - SAKIT..50

44 - GAWANG KAMAY 51

45 - HIBERNATES 52

46 - LAWIN 53

47 - BAKOD...54

48 - ALELUYA.. 55

49 - PUSO 56

HOMELESSNESS
Sa Paningin ng Isang Nars sa Lungsod

HOBO

Naglayas ang simpleng babae,

Sa *malaking lungsod* isiniksik ang sarili.

Kailanma'y hindi nawalan ng tirahan.

Ang kanyang Big Mac sa dalawa ay hinati.

Gulat na ngumiti ang pulubi!

Sila ay nagkuwentuhan.

Dito, nakaupo sila *bilang magkapantay*

02

NAKATAGO

Dito, sa malamig na kalsada,

Luray-luray na kumot kanyang hinila

Papunta sa kanyang hubad na balikat

Ngayon siya ay nakapagbalatkayo,

Sa likod ng upuan sa parke nakatago

Natutulog siya, hindi nakikita;

Puno ng pangarap ng Tahanan

03

PAGKAMUHI

—

Siya, na nagpapatupad ng batas

Kinamumuhian ang bahaging ito ng trabaho!

Kailangang sabihin sa kanya, magpatuloy.

Paano niya nagagawa ang trabahong ito?

May ilang bagay lang na maibibigay;

Nakipag-usap siya sa kanya.

Ibinigay niya ang kanyang pagkain sa kanya.

04

PAMIMITAS

Binaha ng mga mang-aani ang sakahan

Mga kubo ng karton sa pagsapit ng gabi

Namimitas sa arawan

Ng mga nakabiting prutas, gulay at mani

Kalahati ng Amerika

Ang kumain na mula sa kanilang mga kamay

Uuwi lang - kung tapos na ang anihan

05

PAG-ASA

———

Nagkaroon dati, ng bahay, asawa at mga anak.

Naging bisyo ang uminom ng alak,

Paborito niya - ang vodka

Heineken, Bud at Coors

linumin niya nalang 'pag walang iba.

Kaya naman - nawalan ng lisensya- kotse-trabaho

Umaasa ngayon sa pag-asa ng labindalawang hakbang!

06

MALABO

Gusto niya pa rin manuod ng isports;

Tumatambay sa eskinita

Habang ang may-ari ng bar ay masaya,

Na inaaliw ang mga panatiko ng Lakers

Itinaas ang nakababang mga bintana

Dito, pinanuod niya ang laro,

Sa malabong bintana ng libre.

07

HUNTER

Ang hunter at taga-ipon;

Nabuhay ang kanyang simbuyo!

Naghahanap ng lata para kumita....

Nananabik para sa disenteng hapunan,

Nangingisda sa damuhan

Mainit na kawali sa umaapoy na kalan

Sumisitsit dahil sa fish fillet.

KASAYSAYAN

Nakapangasawa, isang mabuting asawa

Binubugbog na parang punchbag

Ilan pa kayang mga pasa?

Nagmamadali, siya ay tumakas.

Buo na ang kanyang isipang

Huwag nang maulit pa ang kasaysayan.

Ang kanyang bayani ngayon, isang bugaw...

09

BUTAS

Lubog ang kanyang mga mata

Ang kanyang maluwag na pantalo'y butas

May kaunting pananampalataya - na ang buhay nya

Ay magiging mas maganda pa bukas

May kailangang agawin na upuan

Tinitirhan ay tulad ng isang bahay-pagong

Matibay na plastik pananggalang sa hamog.

10

KALUSUGAN

Nakayukong nakaupo sa loob ng bus,

Walang lugar na pwedeng higaan

Ang kanyang namamagang mga binti -

Mabigat at may kasamang tubig.

Madaling sumunod ang paghina ng puso!

Hindi maganda ang kalusugan sa kalsada

Itinakda na ang kanyang panahon.

11

MGA NAKAW

Alam niya, *ilegal*

Kailangang manatiling gumagalaw

Nagnanakaw ng mga shopping cart sa gabi

Kinukuha ang mga mahalagang pag-aari

Ang kanyang tinatangi, mainit na kumot

Kinuha niya mula sa basurahan

Itinaas ang kalahating donut para sa hapunan.

12

ORAS

Ang kamay ng orasan ay nasa hatinggabi na

Ang kanyang komunidad ay nagising

Sumisigaw ang mga busina at sirena!

Nagsiliparan ang apoy na nakakamangha.

Mga kabahayan naging abo na

Daan-daang tao'y nawalan ng tirahan

Napanuod sa TV isang kababalaghan.

13

HUCKS

Ang kanyang depresyon ay pinapanatili

siya sa pagkaparalisa.

Nagkaroon ng oras upang lumipat.

dumagdag pa ang departamento ng kalusugan—

dumating mabibigat na kagamitan;

itinapon ang tent sa basurahan.

Nayupi ang bakod—ngunit hindi ang pag-asa.

14

KUMUSTA

Malaya na siya ngayon...

Ikinulong nang pitong taon

Walang anumang transportasyon

Walang mauuwian

Walang alam sa kapaguran

Walang trabaho, aasa saan?

Kamusta sangkatauhan, siya ay malaya!

15

HURRAY

Hurray, kaarawan niya ngayon!

Ang inang umampon sa kanya'y kumakanta.

Mayroong chocolate frosted cake

Matanda na siya ngayon

May dala-dalang malaking pack sa likod,

Kanyang desisyon ay umalis

Kumaway ng paalam ,matipuno n'yang braso.

16

HERARKIYA

Kalsada sa ibabaw ng ilog

Nakatago sa ilalim ng tulay

Tirahan - sa underworld

Tinutukoy ng herarkiya

Kung paano hahatiin ang espasyo

Bilang pinakabago rito

Ang kanyang nitso, ay nasa mamasa-masang dumi.

17

MGA TAGAK

Sa lungsod nagmula

Gilid ng burol ay naging lugar niya

Ibig ipabatid na ang kublihan

Ay santuwaryo ng tagak

Inilagay sa mga punongkahoy

Pinukpok na mga linya ng tent anchor

Umuungol sa buwan, sa tuktok ng puno.

18

HOLLERS

Naririnig ang mga boses sa kanyang isipan,

umiikot ang ulo na parang record.

Bulong niya pabalik sa kanila

itinatago ang mga labi sa loob ng tasa.

Siya ay kahina-hinala sa lahat.

Tumalungko sa gilid na upuan.

Sumigaw ng, "Umalis ka!"

19

TAKDANG ARALIN

Nakatira sila ng kanyang nanay sa kotse.

Mahirap gawin ang takdang-aralin;

maiingay na businang dumadaan.

Ang kanyang mga papel ay kulubot.

Siya ay tapat na umaasa;

Sana—walang makakaamoy sa kanya.

Masaya naman, nakakuha ng A!

20

BAKASYON

Malapit na ang bakasyon.

Malabo ang mga alaala:

nakarinig ng kalampag sa kusina,

mainit ang mga hawakan sa kalan,

matamis na amoy ng ham sumasamyo sa hangin.

Ang kanyang panlasa — ngayo'y nananabik

sa homemade pies ni Nanay.

21

NARIRINIG

Kulot ang buhok, pumasok sa tren.

Masangsang na amoy ay tumatagos,

mabigat na pantalon—nadumihan ng mga mantsa;

matagal nang kupas ang tela.

Dito, kahit papaano ay mainit siya.

Naririnig ang mga maingay na gulong sa daan.

Matutulog siya sa patuloy na ingay.

22

MGA HIMNO

Kumonti ang kanyang trabaho, biglaan;

walang kawalan ng trabaho.

Ang kanyang simbahan—mahalaga pa rin,

pinutol ang lugar sa kalapit na mga damo.

Ang mga himno ay umaalingawngaw sa pinto.

Ang kanyang pananampalataya—hindi natitinag,

lumuluhod siya, nagdarasal para sa iba!

23

MGA KULAY

Nakatago sa aming simpleng paningin,

daungan sa harap ng bakuran.

Nakatira sa mga yateng milyon ang halaga.

Doon mas naninirahan.

Dito gagawin nila ang kanilang kampo,

mga kulay ng earth-colored tarps;

sana mananatiling, maliwanag.

24

PINATAAS

Malalaki ang krisis sa pabahay.

Paano na babagay?

Ang mabibigat na crane ay gumagawa ng mahika.

Mga pahiwatig ng tore ng Babel.

Ang mga gusali ay pumupuno sa skyline,

tumataas at dumarami.

Mga HUD voucher, para sa iilan.

25

KARANGALAN

Karangalan, ang pusa ay sumama.

Naghihintay siya ng malambot na haplos. . . .

Mataas, itim na alon, malambot na buntot.

Hindi siya nababahala

sa kawalan ng tirahan ng kanyang amo.

Natutunan niya ang ilang mga buhay na nakalipas,

tahanan ay kung saan ang puso ay.

26

BALAKANG

Nalantad ang kalahati ng puwit.

Ang balakang dahil sa gutom ay pumayat,

isinabit ang pantalon na parang panakot.

May hawak na tasa para sa donasyon;

halos hindi mahalaga kung bakit dito.

Madam may sukli ka ba?

Maawa ka, maawa ka!

27

MALAKI

Huminto siya sa sangang-daan

ang kanyang sasakyan nagkakahalaga ng 80 grand.

Malaking kampo sa kanan,

sumilip siyang kinakabahan.

Malapit nanghumudyat ang kanyang ilaw na Go.

Wala ng maisip ang kanyang isipan,

may paniniwala—hindi siya kailanman.

28

MGA SAKONG

Ang hiking ay hindi kasiya-siya.

Itim ang sakong mula sa pagkakalantad,

dumadaloy ang init sa kanyang sapatos.

Talampaka'y sinusunog ng mainit na semento

Bilang resulta, nabulok ang kanyang paa.

Ngayon delikado, impeksyon.

Mahirap panatilihin ang kalinisan!

29

NAHIHIRAPAN

Paano siya tumatae

nang walang privacy?

Sumasakit ang kanyang arthritic joints;

halos hindi maka-squat sa pwesto.

Walang nakakarinig, nakahinga ng maluwag!

Itinatago ang puwit sa dingding.

Nagmamadaling umalis sa gulo.

30

HEARSE

———

Naririnig ang diagnosis ng asawa.

Pag-asa para sa 10% na tiyansa,

para sa lunas bahay isinangla.

Makalipas ang daan-daang libo,

dinala siya ng karo.

Natutulog siya ngayon, malamig sa labas.

Langit at siya sa itaas. . . .

31

GUNI-GUNI

Heroin ay kanyang kaibigan,

hinahawakan ang kanyang kamay kapag nag-iisa;

tinatago ang kanyang takot sa mundo.

Pinupuno ng *mga guni-guni*

ang gutom na kaluluwang walang laman.

Ipinagdarasal siya ng kanyang ina,

may nakahanda ng libing.

32

BANAL

___

Hindi banal ang pangalan niya!

Ang kapal na suwayin ang tiwala?

Banal na tao ng tela

ay winasak ang kawalang-malay.

Nagkaroon ng pangmatagalang epekto,

ang kanyang mga nawawalang binata,

naglalakad sa kalye ngayon;

nagtatago mula sa pagkakasala at kahihiyan.

33

HOOD

Dito niya ikinabit ang bandila ng US.

Kinawit ang mga kumot sa mga bintana.

Ang kanyang trak—ngayon ay kanyang kastilyo.

Hirap na mas matitiis

kapag may kasama.

Ang hood ornament canine

ay nagpupuyat—parang isang kabalyero.

34

HUMVEE

Ang kanyang commander in chief

Nag-host ng hapunan sa White House;

nakikipagkamay sa mga bida sa pelikula.

Sa kalagitnaan ng mundo,

naka-lock at nagkarga si Humvee,

wala siyang tahanan ngayon.

Paumbukin ito Marino, OORAH!

35

TALON

___

May mga pobre ba sa inyong mga lansangan?

Paano Ninyo nililinis ang iyong bayan?

Binibigyan sila ng one way ticket

sa pag-asang aalis sila.

"Sumakay sa Greyhound na iyon ngayon,

tumungo sa Kanluran sa lupain ng mga pangarap!"

Heto sila—Hollywood.

36

PAUNAWA

Kung paano siya umupo sa upuan,

taas baba, patayo, regal.

Malambot pa rin ang kamay tulad ng mantikilya.

Hindi pa lukot ang damit niya.

May kaunting eyeshadow pa.

Ang pag-asa ay sumasalamin mula sa dilat na mata.

Hindi nawalan ng tahanan, kamakailan lang.

37

HOTBEDS

Nilabanan ng mayroon ang mga wala.

Umaasang malilinis ang kapitbahayan.

Ang poot ng impiyerno ay pinakawalan,

umulan ng apoy sa kanilang mga tent!

Mataas na umiikot ang apoy ay nakikipaglaro.

Ang mga hotbed ay naging abo.

Kailangang lumipat ngayon.

38

GUTOM

Iniisip niya'y kabalintunaan,

Hawak pa ang isang bagong karatula

Dati niya na itong pinagdaanan

Ni hindi mo makilala kung sino

Ilang oras sa dulo ng kalsada

Dito, ngayon siya ay nagmamakaawa,

Dahil sa gutom, dignidad ay nawala.

39

HAWAK

Ang kanyang kabataan ay kinuha na.

Nakakatakot na sigaw

sa kanyang labi'y kumawala.

Ang asawa ng kanyang ina,

na kinuha rin siya, sa kanyang paraan—

hawak ang pintong patungo sa kalye.

Ang kanyang kwento at Siya, wala na. . . .

40

PAGHUHUDYAT

Ang kanyang entablado, istasyon ng Metro.

Mahilig sumayaw ang kanyang mga daliri,

tumatalon kasama ng mga kuwerdas.

Pamanang violin umaawit,

humuhudyat ng mga himig sa itaas.

Huminto ang mga masasamang negosyante;

tibok ng puso—natahimik sa pagtatapos ng araw.

41

ITINAPON

Masakit na itinapon,

sumigaw ang kanyang ama, "Umalis ka na.

Ang bading kong anak ay

walang lugar dito sa bahay.

Siguradong sa impiyerno ka. . . .

Ang langit ay para lamang sa

mga heterosexual!"

12

PANGANGALAGA SA KALUSUGAN

Sinusukat niya ang mataas na pader ng hangganan,

may malabong paningin sa isipan.

Dito sa Amerika,

pangangalaga sa kalusugan, edukasyon.

Mga kamay ng isang bihasang mason

na tumigas sa maraming pagod na taon.

May puwang pa ba para sa iba?

43

SAKIT

Lutuan sa kampo ng mga walang tirahan,

ibinabalita bilang sanhi ng

nakakakilabot na sunog!

Mainit na apoy nakatakas sa kanilang kamalayan.

Nasunog ang mga bahay at napaso'ng mga ektarya.

Mga bumbero ang naging kabayaran.

Ang sunggab ng gutom, nakakaapekto sa lahat.

44

GAWANG KAMAY

Sa itaas ng ilog

nakabitin sa tulay na riles

ang mabibigat na beam na kinakapitan ng pallets.

Gawang kamay na tirahan.

Mga taas na abot ng mga hagdan

na itinago mula sa mga malapit na basurahan.

Home sweet home para sa linggong ito.

45

HIBERNATES

Ang kanyang lugar sa ilalim ng palumpong

ay yumakap sa sikat na daanan ng bisikleta.

Dito siya natulog, pagod!

Ang init ay bumababa mula sa araw.

Nag-hibernate sa ilalim ng kumot.

Ang kanyang mahinang estado

nakikinig sa mga dumaraang nanonood.

46

LAWIN

———

Sa itaas ng lungsod

ang kanyang imperyo ay naghahari sa

walang tirahan na kampo,

lumalabag sa banal na espasyo ng negosyo.

Paano niya sila ikakalat?

Ganoon din ang iniisip tungkol sa kanya ng lawin,

Sa bakal na pasamano nakabitin. . . .

47

BAKOD

Kailanma'y mahal niya ang kanyang mga libro.

Mga bakod ng silid aklatan

ay itinatago siya saglit lamang.

Sumisigaw ng tinapay ang kanyang tiyan.

Pati kanyang isipa'y gutom sa mga kuwento.

Walang pera para sa tanghalian.

Sa halip, nagpipistasa mga libro.

48

ALELUYA

Nakatira siya sa isang tent.

Gutom sa kagandahan—pa rin.

Nagbubungkal siya ng lupa sa harapan;

ang kanyang hardin ay umuunlad sa pagmamahal.

Naglagay siya ng krus sa pintuan.

May higit sa ilan—sabi niya.

Aleluya, isang tahanan!

49

PUSO

Malaki, ito'y napakalaki.

Masakit itong isipin.

Ang *puso* ay nagnanais na makatulong!

Paano ba magsisimula?

Narito ang isang sandwich ate.

Narito ang isang notebook, bata.

Narito ang mga medyas at bota, kapatid.

www.ingramcontent.com/pod-product-compliance
Lightning Source LLC
LaVergne TN
LVHW022300180825
818995LV00043B/1751